வையத்தின் நயப்பு

பதிப்பகம்

Vaiyaththin Nayappu

Edited by Subashree

Copyright ©

Subashree - POETRY WORLD ORG 2021

ISBN (Paperback) - 9789390724956

First Edition : 2021

Book Design by POETRY WORLD

வையத்தின் நயப்பு

தலைமை தொகுப்பாளர்

பார்கவி சிவபிரகாஷ்

தொகுப்பாளர்

Subashree K R

(ஸ்ரீயின் கிறுக்கல்)

வையத்தின் நயப்பு

இயற்கை என்றாலே நம்மை அறியாமலேயே இதழ் ஓரம் சிறு புன்னகையும், மனதில் ஓர் இனம் புரியா புத்துணர்ச்சியும் ஏற்படும். இத்தகைய இயற்கையின் அழகு, அதனுள் ஒளிந்துள்ள காதல், அதன் மீதான ஈர்ப்பு, இயற்கையின் வனப்பு, அதன் வர்ணஜாலம் என இயற்கை அன்னையின் அதிசயங்களை வர்ணிக்கும் ஓர் அழகிய கவிதைத் திரட்டு.

தலைமை தொகுப்பாளர்

இவள் திருமதி.பார்கவி சிவபிரகாஷ், மஞ்சள் மாநகரமான ஈரோட்டை சேர்ந்தவள். இவள் புனைப்பெயர் "கவியின் கவிதை". கணிதவியல் முதுகலை பட்டம் முடித்தவள். இன்று தன் கனவுகளை முழு மனதோடு ஆர்வமாய் பின் தொடர்கிறாள்.

தனது இன்ஸ்டாகிராம் பக்கத்தில் (@kaviyinkavithai) ஏறத்தாழ 2500க்கும் மேற்பட்ட குறுங்கவிதைகள், நீள்கவிதைகள் பல புனைந்துள்ளார். *Spectrum of thoughts*ல் இணை எழுத்தாளராகவும், தன் முதல் கவிதை திரட்டான *"Enticement of fondness*/காதலின் தாகங்கள்" தொகுத்துள்ளார். இப்பொழுது *Poetry World Organisation*ல் தலைமை தொகுப்பாளராய் பல கவிதை திரட்டினை வழங்கி வருகிறார்.

நிலவின் பகலவன்

விழியின் அருகில் வானம்

என்னருகில் அவன்..

அவன் கரங்களில்

என் மலர்ந்த முகம்

வெள்ளி நிலவாய்..

மனம் மட்டும்

ஓர்நிலையாய்

பேசிக் கொள்கிறது

நட்சத்திரங்களை அளந்தவாறு...

கவியின் கவிதை

தொகுப்பாளர்

இவர் பெயர் சுபஸ்ரீ. ஸ்ரீயின் கிறுக்கல் என்ற புனைப்பெயரில் கவிதைகளை வரைகிறார். பள்ளிப் பருவத்தில் முற்று பெற்ற இவளின் கவிதை பயணத்தை மீண்டும் உயிர்ப்பித்து தொடர வைத்தது இந்த கொரோனா. இவர் ஓர் ஐடி நிறுவனத்தில் பணி புரிகிறார். தமிழை நேசிக்கும் பலகோடி மக்களுள் இவளும் ஒருவள். தனது படவரி பக்கத்தில் பல கவிதைகள் எழுதியுள்ளார்.

ஆதியும் நீயே! அந்தமும் நீயே!

பிரபஞ்சத்தை உருவாக்கி
கோள்களையும் வீண்மீன்களையும்
அதில் அழகாய் கட்டமைத்தவள் நீயே...
பூமியை படைத்து
அதற்கு புவியீர்ப்பு விசை தந்து
உயிர்களை உருவாக்கி அவைகளை
வாழ வழி செய்தவள் நீயே....
உயிர்களிடத்தில் காதலை
மலர்வித்ததும் நீயே....
ஆதாம் ஏவாளை படைத்ததும் நீயே....
படைத்தல், காத்தல், அழித்தல் என
மூன்று பணிகளையும் செம்மையாக
செய்யும் ஒற்றை கடவுள் நீயே..
இயற்கை அன்னை என்று
செல்லமாய் அழைக்கப்படுகிறாய்!
நீயின்றி ஓர் அணுவும் அசையாது...
ஆதியும் நீயே! அந்தமும் நீயே!

- ஸ்ரீயின் கிறுக்கல்

உள்ளடக்கம்

அந்தி வான் இரவில் 17

  சி. திவ்யா 17

அலை கடல் 18

  KISHORE.S 18

அவனே ஆதவன் 19

  மணிகண்டன் மா 19

இயற்கை அன்னையின் அரவணைப்பு 20

  Dhivagar 20

இயற்கைத் தாயின் அரவணைப்பில் 21

  B.Renukadevi 21

இயற்கைத் தாலாட்டு 22

  Abish. S. H 22

இயற்கையின் அங்கமோ 23

  தருண் ஜெயமுருகன் 23

இயற்கையின் அதிசயம் 24

  ஹரிகரன் 24

இயற்கையின் அழகில் அவன்... 25

  Abinaya 25

இயற்கையின் அன்பே விடை 26

    Tamilachi_kavithaigalz 26

இயற்கையின் வர்ண ஜாலங்கள் 27

    R.Praveen kumar 27

இயன்றதை இன்பமாய் இயக்கும் இயற்கை 28

    சந்திரசேகரன் பாபு 28

இலை எனும் நான் 29

    Dinesh (தினேஷ்) 29

இலைமறை 30

    முஹம்மது உமைர் 30

இனிய காலை வனப்பு 31

    பிரியதர்ஷினி 31

உணர்ந்து ரசித்திடு 32

    மாலதி 32

எறும்பின் காதல் 33

    விக்னேஷ் 33

என் பார்வையில் இயற்கை 34

    சிந்து குமார் 34

ஒரு மரத்தின் தொடர்கதை 35

    Sathakshi S 35

கடலலையாய் இவன்! கரையாய் அவள்! 36

    சரண்யா தேவி குமரவேல் 36

கடற்கரை காதல் 37

    சல்வா பர்வீன் 37

கரையோர கரும்பாறை 38

    ஸ்ருதி கல்யாணகுமார் 38

கல்லொன்றின் காவியம் 39

    SAKTHIVEL M 39

கவிதைகளை அசைபோடுது 40

    ஞாழல் 40

காடுகள் 41

    Dhayaalini Gunasaigaran 41

காதல் தானம் 42

    ABITHA S 42

காற்றுக்கும் காதல் வரும் 43

    V.Heymonth Kumar 43

சிற்பி யார்? 44

    Kaarthikvel V.S 44

தாமரையும் தத்துவமும் 45

    இரா. புவியரசன் 45

தாரகையின் தலைவன் 46

    தரங்கிணி முருகன் 46

தூவல் வழி ரசனை 47

    தமிழ் காதலி மாளவிகா ராசேந்திரன் 47

நானும் சாலையும் 48

   எம்.எஸ்.முகேஷ் கபிலன் (எம்.கே)....................48

நிலங்களின் அரங்கேற்றம் 49

   ஆ.சிவரஞ்சனி ரமேஷ்...49

நீரின்றி வேறில்லை..50

   கவிஞர் சு. கந்தவேல்..50

பனித்துளியோடு சிலமணித்துளிகள்..... 51

   சி. கார்த்திக்..51

பாலைவனம் எனும் நான் 52

   வினோதா மோகன்..52

புல்வெளியில் பூத்த காதல் 53

   M.Harshini 53

பூக்களின் சுவாசம்...54

   எம். சபீனா பஹ¬ருதீன் 54

பேரன்பின் மீட்சி...55

   இ.நிவேதா..55

பௌர்ணமி நிலவு...56

   வெ.நந்தகிருஷ்ணா..56

மண்ணில் உரமாகும் மரம் 57

   ஜெயஸ்ரீ பொன்னுச்சாமி..57

மண்ணின் மைந்தன்...58

   ரஞ்சித் ராஜா.ரா...58

மயில் கொண்ட காதல் 59

    காயத்ரி சங்கர் 59

மரத்தின் மீதான காதல் 60

    சீ.தில்லைக்கரசி 60

மழைக்காலம் 61

    Breshma Murugan 61

மழைமகளின் காதல் 62

    தமிழினி 62

மழையும் ஈசலும் 63

    பிரசன்னா ர 63

மறக்க முடியுமா.? 64

    மகிழ் 64

மனமெங்கும் வனம் 65

    V.Manikandan 65

மூன்றில் இரண்டானாயே! 66

    சுபா 66

ராஜாவின் ரோஜாவே 67

    காவியா ரவிச்சந்திரன் 67

வழிவகுக்கும் வானமவள் 68

    காயத்ரி தேவி சேகர் 68

வார்த்தைகளற்று முற்றுப்புள்ளிடுகிறேன் 69

    அப்சல் அகமது 69

வாழ்வின் கைவிரல்...70

   வி.மகாலட்சுமி. 70

வானின் ஓவியம் 71

   ஜெ.பிரியதர்ஷினி 71

வையத்தின் திருமண விழா 72

   நா. கார்த்திக் ராஜா.....................................72

அந்தி வான் இரவில்

கொட்டும் மழையால் தேகம் குளிரில் உறையவே
நடுங்கியபடி அமர்ந்திருந்தது
ஓர் அழகிய மின்மினிப் பூச்சி!!!
என்னுடன் வா சிறகைவிரித்து பறக்கலாம்
நம் காலமுள்ளவரை!!!
என காதல் மொழிபேசி அழைப்பு விடுத்தது ஈசல்!!!
மினி சற்று மௌனமாய் யோசித்தபின்
நாணத்துடன் கன்னம் சிவக்க
ஒருமனதாக உடன்வர சம்மதித்தது!!!
மினியின் வெளிச்சத்தைக் கொண்டு ஒரிரவில்
ஒருவழிப்பாதையில் ஓராயிரம் கதைகள் பேசி
இருவரும் இருளை ரம்மியமாய் கடந்தனர்!!!!!
இதைக் கண்டு பொறாமை கொண்ட வண்டுகள்
ரீங்காரமிட்டு இவைகளின் காதலை ஊருக்கு
உரைத்தன!!!
சிறகுகள் விரிக்காத பறவையாய்
அவைகளின் காதலும் அழிந்து போயின!!!
சாரல் மழையில் நனையவே
ஆசை கொண்டன காதல் ஜோடிகள்....
எண்ணம் ஈடேறாததால் மறுநாள்
சிறகொடிந்து மண்ணில் மாண்டது ஈசல்!!!

சி. திவ்யா

அலை கடல்

உனது பெருமைகள் ஏராளம் சகியே!!
காரணம்!! நீ உன்னுள் அடக்கி
வைத்திருக்கும் அதிசயங்களே.
கண்ணுக்கு தெரியாத நுண்ணுயிர் முதல்
உலகின் பிரமாண்டமான உயிரினம் வரை
அனைத்தையும் கொண்டுவள் என்ற
பெருமைகளுக்குச் சொந்தக்காரி....
பலரின் வாழ்வாதாரம் நீயே என்பதால்
கடல் மாதா என்று பல்லாயிர கணக்கான மக்களால்
செல்லமாக அழைக்கப்படுகிறாய்....
துள்ளித் துள்ளி எழும் அலைகளால் பலரின்
பாதம் தொட்டுச் செல்லும் குழந்தை நீயடி...
எந்த ஒரு வேறுபாடும் இன்றி உன்னை நாடி வரும்
அனைவரையும் உன் மெல்லிய
தென்றல் காற்றால் ஆட்கொண்டு
கவலைகளை மறக்க செய்யும்
இயற்கையின் அதிசயமே!
ஒரு கணம் நின்று யோசியுங்கள்...
கடலில் அழகு தான் எத்தகையதென்று!!

KISHORE.S

அவனே ஆதவன்

அவன் வருகையில் வந்தன நாளும் கோலும்....

அவன் வருகையில் படர்ந்தன ஒளியும் நிழலும்...

அவன் வருகையில் நிகழ்ந்தன இரவும் பகலும்....

அவன் வருகையில் அமைந்தன நேரமும் காலமும்..

அவன் வருகையில் அறிந்தன திசையும் பலனும்....

அவன் வருகையில் செழித்தன எழிலும் வளமும்...

அவன் வருகையில் மிளிர்ந்தன நிலமும் கடலும்...

அவன் வருகையில் தீர்ந்தன பசியும் பஞ்சமும்...

அவன் வருகையில் கொடுத்தன உணர்வும் உணவும்...

அவன் வருகையில் நீங்கின உறக்கமும் சோர்வும்...

அவன் வருகையில் எழுந்தன வீரமும் விழிப்பும்...

அவன் வருகையில் கனிந்தன உள்ளமும் உயிரும்...

அவன் வருகையில் அடைந்தன

அமைதியும் ஆனந்தமுமே......

மணிகண்டன் மா

இயற்கை அன்னையின் அரவணைப்பு

அலைந்து திரியும் மேகமும் கருத்து
மழை நீராய் மண்ணை முத்தமிடும்...
பெண்ணை முத்தமிடும் கண்களுக்கோ
தொல்லையாக தோன்றும்...
விவசாயியின் கண்களுக்கோ அமிர்தம் போலாகும்...
இயற்கை அன்னை சீற்றம் கொண்டாலும் சில
நாட்களில்
சினம் தணிவாள் தன் பிள்ளைகளுக்காக...
சிறு சிறு தூரல்களில் நம்மை சிறகடிக்க செய்வாள்...
சில நிலை மாற்றங்களில் நம்மை குளிரசெய்வாள்...
அவளின் நிலைகள் மாறினாலும்
அவள் கொடுப்பதை நிறுத்தியதில்லை...
இயற்கை மகன் கர்ணனை போல
உதாரணம் தேவையோ அவளின்
கொடைகுணத்திற்கு...
நன்மை தீமைகள் அனைத்தையும் கடந்தவள்...
விதிகளுக்கும் விதிவிலக்கு பெற்றவள்...
உன்னை தடுக்கவோ எதிர்க்கவோ
எவர்க்கிங்கு வலிமை உண்டு...
அறியாத மனித இனமோ உன்னை
காயப்படுத்தியே பழகிப்போனது...
உன் பொறுமையைக்கண்டு பொறாமை கொண்டேன்
உன் மகனாய் நானே!

Dhivagar

இயற்கைத் தாயின் அரவணைப்பில்

பெற்றெடுத்தவள் என் தாய் தான் என்றாலும்

உன் மீது காதல் கொண்டதேனோ தெரியவில்லை....

எத்தனை அழகுடன் கூடிய நளினமான

வனப்பை வைத்துள்ள நீ!!!

என்னை பாரமாக கருதாமல்

தாயைப் போல் சுமக்கிறாயடியே....

எப்போதும் உன் அரவணைபில்

சுவாச காற்று தழுவலில்

உலாவ நினைக்கும் சிறுபிள்ளையடி நான்....

தாய்ப்பாலிற்கு பிறகு எப்போதும் எனக்கு

பாகுபாடின்றி உன்னை மழையாக, ஆறாக மாற்றி

தானம் அளிப்பவள் நீயடி.....

எப்போதும் நான் வாழ

இயற்கை பரிசாக கொடுத்த உன்னை

வாய்ப்பு கிடைத்தால் ஆஸ்கார் அவார்ட்டு

கொடுக்க பரிந்துரைப்பேனடி...

B.Renukadevi

இயற்கைத் தாலாட்டு

இன்று வரை தீரா இசை,...

ஒன்றும் பிழை காணா இசை,...

என்றும் நம்மை திகட்டா இசை,...

முற்றும் அலை ஓயாத இசை,...

சற்றும் கலை காயாத இசை,...

கேட்டிட இயலும் நம்மால்

இயற்றிட இயலா இசை இயற்கை இசை,...

யாழிசை தோற்கும் மூங்கிலிசை கண்டு!

வீணையிசை தோற்கும் தென்றலிசை கண்டு!

பறையிசை தோற்கும்

பாறை பிளக்கும் அருவியிசை கண்டு!

நாதமிசை தோற்கும்

நாடெங்கும் பாடும் குயிலிசை கண்டு!

எவ்விசை உபகரணம் ஈடேற்றும்

இயற்கை நாயகி அரங்கேற்றும் மெல்லிசைகளுக்கு....!

பிறகேன் செவி மூடும் உபகரணம்...

நறுந்தேன் இசை செவிகள் தேடும் உதாரணம்...

Abish. S. H

இயற்கையின் அங்கமோ

இரு மேகங்கள் காதல் கொண்டு

பெற்றெடுப்பது தான் மழைத்துளியோ!

மரங்கள் மீது காதல் கொண்டு

கூடுகட்டி தஞ்சமடைகிறது பறவைகளோ!

சூரியன் மீது காதல் கொண்டு

பூக்க மறக்கம் நிலா அமாவாசையோ!

நிலவின் மேல் காதல் கொண்டு

பூக்க வாய்ப்பு கொடுத்தது சூரிய அஸ்தமனமோ!

கடலின் மேல் காதல் கொண்டு

கட்டியனைத்து கரைசேருவது கடல் அலையோ!

காற்றின் மீது காதல் கொண்டு

கட்சிதமாய் அளந்து அனுப்பும் மாமலையோ!

தாயிழந்த மான்குட்டி மேல் காதல் கொண்டு

தத்தெடுத்து பாலூட்டியது தாய் சிங்கமோ!

பூமியின் மேல் காதல் கொண்டதால்

இவையனைத்தும் இயற்கையின் ஓர் அங்கமோ!

தரு஬் ஜெயமுருகன்

இயற்கையின் அதிசயம்

கண்களின் பிம்பத்தை கண்ணாடியில் ரசிப்பவளே

இயற்கை வனப்பின் முன் உன் கர்வத்தை தூக்கிலிடு

பெண்மையில் அழகை தேடி பொய்யகம் சென்றவரே

உன் மனம் திறந்து கொஞ்சம் வையகத்தை காண்பீரோ

சிவந்த அந்தி துவைத்த அந்தரத்து சேலைக்கு

கருப்பு சாயமேற்றிய இருட்டின் அழகை காண்பீரோ..

வானத்தை தாங்கி பிடிக்கும்

வெள்ளை கம்பிகளை போலே மழைகள்...

தொட்டால் சிணுங்கி மீது சிறு துயில் கொள்ளும்

பனித்துளி

தொட்டு பார்க்கமலே சிணுங்கியதை

வெய்யில் வந்து வேட்கை கொண்டதோ..

மயக்கும் மாலை பொழுதுகளில் மஞ்சள் பூசும்

வானத்தை

மறைந்து நின்று பார்த்திடவே மனம் மகிழ்ந்து

போவீரோ..

அத்தனை அழகும் அழகிழக்கும் அகிலத்தின்

முன்னால்;

அதை அழிக்கும் மனிதர்களையும் அது அழிக்கும்,

அழிவிற்குப் பின்னால்..

ஹரிகரன்

இயற்கையின் அழகில் அவன்...

பலம் கொண்ட யானையினையே

விரட்டி அடிக்கும் வீரன்...

தனக்காக சாப்பிட ஒன்று தன் இனத்துக்காக ஒன்று

என இரு வயிற்றைக் கொண்டவன்...

தனது எச்சில் சூழ்ந்த முகத்தினாலே

தன் இனத்தை அறிபவன்...

தன்னை விட இருபது மடங்கு

எடையை சுமக்கக் கூடியவன்...

நிறமற்ற இரத்தத்தினை தன்னுள் அடக்கியவன்...

குப்பைகளை அழகாக ஒதுக்குபவன்...

நிலஅதிர்வினை வைத்து வாழ்பவன்...

தன் உடலின் சிறுசிறு துளைகளாலே சுவாசம்

புரிபவன்...

பிரம்மனின் அழகிய படைப்பு...

ஒளவையாரின் பாராட்டுக்குரியவன்...

இயற்கையின் அழகன்...

அவனே இன்றைய உழைப்பின் வலி

நாளைய வாழ்க்கையின் ஒளிக்கு

உதாரணமானவன்... எறும்பு...

Abinaya

இயற்கையின் அன்பே விடை

இயற்கையால் நிரம்பியதோ வையகம்?!

செவி கொடுத்துக் கேளாயோ ? இயற்கையின் மொழி!.

தறி ஏதும் இல்லாமல் நீர் என்னும்

நூலைக் கொண்டே மழை என்னும் ஆடை நெய்து

பூமிக்கு பரிசாக தந்ததோ முகில்?!

முகிலின் பரிசினால் குளிர்ந்தது வையகம்!!!!

ஒற்றை சூரியன் தான்,

தன்னை சுற்றும் பூமிக்கு வெயிலைத் தந்ததோ?!

இதமான இன்பம் அளிக்கவே

வையத்தை சுற்றிடுதோ வெண்மதி?!

ஓயாமல் வீசும் தென்றலுக்கு ஆணையிட்டது யாரோ?!

எப்பருவத்திலும் மனிதனுக்கு உதவ சொல்லி.

அதிகாலை பனியை சுமந்தே,

இரவில் தென்றலுக்கு இரையாய்

அப்பனியை தருகிறதோ புல்வெளி?!

விடை அறிவாய் மானிட மனமே..

மனிதன் உயிர்பிழைப்பது வையகத்தில்

மட்டுமே எனில், வையகம் இயற்கையால்

நிரம்பியது அல்லவா?!

Tamilachi_kavithaigalz

இயற்கையின் வர்ண ஜாலங்கள்

தூரிகை இல்லாமல் வரையும்

ஓவியமாய் வானம் அழகு....

சாயம் போகா வானவில் அழகு...

நதியிலும் கரையிலும் புரண்டு ஓடும்

அமுத சுரபியான நீரோடை அழகு...

மண்ணின் மேல் முத்தமிடும்

முதல் துளி மழை அழகு.

நட்சத்திரங்களின் பார்வையில்

துயில் கொள்ளும் வான்மேகம் அழகு..

வானவில்லில் துளி கட்டி, மேகங்கள் சாமரம் வீச,

குளிர் காற்று ராகம் பாட,

பச்சை நிற நெல்மணிகள் இச்சை காட்டி

சந்தம் சிந்தச்சிந்த ஆசைக் கொடியாய்

பவள நிலாவோடு அறுவடை செய்யும் நாற்று அழகு..

இயற்கையின் சாயலில் விந்தைகள்

காணும் அற்புத அழகாய்

அழகியல் அழகு அலாதிப் பேரழகு..!!!

R.Praveen kumar

இயன்றதை இன்பமாய் இயக்கும் இயற்கை

நீரின் ஓடையில் நீந்திச்

செல்லும் சிறு மீன்களுக்கு

கடலின் மீது ஆசை வருவதில்லை....

ஒரு பிடி சோறாயுனும்

பகிர்ந்து உண்ணும் காக்கைக்கு

எதிர்பார்ப்புகள் ஒன்றும் இல்லை...

கோடு போட்டுச் செல்லும்

சிட்டெரும்புகளுக்கு செல்வம்

கொழிக்கும் மனமும் இல்லை...

ஓயாமல் ஒய்யார கூச்சல்கள்

பல இசைந்து ஓர் நாள் வாழ்வை

வாழும் ஈசளுக்கு ஏக்கமும் இல்லை....

ஆசை இல்லை, எதிர்பார்ப்பும் இல்லை,

செல்வமும் இல்லை, ஏக்கமும் இல்லை,

ஏதும் இல்லாவிடினும்

இன்பம் மட்டும் பெருகி கிடக்குது!!!

சந்திரசேகரன் பாபு

இலை எனும் நான்

உதிர்ந்து விழுவேன் நானாகவே.!

என்னை யாரும் தள்ளிவிட இயலாது.

காற்றின் வழியே கண்டங்கள் தாண்டுவேன்,

கவிதையின் வழியாகவும்

கவிஞன் மனதை வருடுவேன்.

எனக்கென்று பல விதமான உருவம்,

ஆனால் என் எண்ணத்தில் மாற்றமில்லை.

அழகாக தெரிவேன் மழையின் துளிகளில்!

அரக்கனாக இருப்பேன் கோடையின் வெயிலில்!

யாரையும் புண்படுத்த தெரியாது எனக்கு.

ஆனால் புயலடித்தால் பறந்து விடுவேன்.

சிரிப்பேன் சலசலவென செம்மொழியாக!

சிந்திப்பேன் துருதுருவென தேன்தமிழாக!

இவ்வுலகம் எங்கிலும் நானிருப்பேன் பலவகையாக!

இத்தனையும் கூறுவது என்னை பற்றி நானே.

என் பெயரோ இலை எனும் நான்!

Dinesh (தினேஷ்)

இலைமறை

வண்ணத்து பூச்சியின்
நேசம் ஆகாயம் அறியாது,
விண்மின் படர்ந்த மேகத்தில்
மானிடரின் தாலாட்டு தவழ்வது,
சாரலின் மோகம் மண்ணில் பதிந்து
காற்றின் வாசனை திரவியம்
உயிர்களில் மலர்ந்து,
அருவியாக கொட்டும்
மழை துளியின் புன்னகை...
மயில் தோகையின் வண்ண மாயை,
மண்ணிலும் மண்பாண்டம்,
மரத்திலும் சிலை வடிவம்,
விதையும் வேரும் பருவமடைந்தாலும்
விந்தை உலகில் பல வித்தைகள் நடத்தும்,
நிழலாக கிளையும் மருந்தாக இலையும்
மகத்துவமிக்க உலகை ஆளும் இயற்கை,
இருளும் இன்னிசை பகலும் பரிவதர்னை
பஞ்சம் இல்லா பருவ காலம் பல...

முஹம்மது உமைர்

இனிய காலை வனப்பு

கதிரவன் பனி தொடங்க...

சேவல் எழுப்புமணி அடிக்க...

பறவைகள் பறக்க தொடங்க...

வண்டுகள் ரீங்காரம் இசைக்க...

மரங்கள் துயில் துறக்க...

இளங்காற்று இசை அமைக்க...

பூக்கள் மணம் பரப்ப...

புல்கள் மேல்பனி உருக...

வாசலில் நீர் தெளிக்க...

தேனீக்கள் தேன் எடுக்க..

எறும்புகளுக்கு உணவு கொடுக்க..

தேநீர் மணம் என்னை இழுக்க..

இனிய காலை இனிதே மலர்ந்ததே!!!

பிரியதர்ஷினி

உணர்ந்து ரசித்திடு

வெண்மை போர்த்திய அழகியமேகங்கள்...

விடியலின் விருந்தாளியாக உதிக்கும் கதிரவன்...

மெல்லிசையோடு கூடிய அருவிகளின் ஓசை...

கானகுயிலின் இன்பமான கானா பாட்டு..

மனதை குளிர்விக்கும் பசுமைநிறைந்த சூழல்..

வாழ்வில் வர்ணம் பூசிட வரும் வானவில்...

மண்ணிற்கு அன்பை எல்லையில்லா தரும் மாரி...

எதையோ தேடி நம்மை தீண்டி

செல்லும் சில்லென்ற காற்று....

நான்கு திசையிலும் கண்ணை கவரும் மலைகள்..

இவற்றை ரசிக்க விழிகள் வேண்டுமா என்ன?

அதன் ஸ்பரிசம் உணர்ந்து

மெய் மறக்க இமைகளை மூடி ரசித்துப்பார்...

எவரும் தரமுடியாத மனநிம்மதியை அளித்து

உன்னை முழுவதும் ஆட்கொள்ளும்.

மாலதி

எறும்பின் காதல்

உன்னை கண்டாலே

என் மனம் என்னிடத்தில் இருந்தது

உன்னிடத்தில் வர துடிக்குதே ஏனோ?!

உன்னுடம் நான் உலா வர

சுதந்திரமாக அலைகிறேன்...

இந்த புவி மேலே ரசித்துக்கொண்டே....

இந்த உலகத்தில் நான் அணுதான்

என்பதை ஏற்கின்றேன் இருப்பினும்

அண்டத்தில் நீயும் அணுதானே....

சிரமம் பாராமல் சிகரம் பயணிக்கிறேன்

மதி உன்னை அடைந்திட தானே...

உன் பின்னும் விழுந்ததால் தானடி

இருக்கும் பொலிவு இங்கு வந்ததே; தூரம் யாவும்

தூசியாக மாறுதே தொலைதூர காதலால்..

நீ இல்லாத வேளையில்

வானம் வெறுமையாய் தோன்றுதே

எந்தன் பார்வையிலே!!

விக்னேஷ்

என் பார்வையில் இயற்கை

காலை அலாரமாய் குயிலின் சங்கீதம்...
அடிக்கடி ஜன்னல் பக்கம் வந்து
எட்டிப்பார்க்கும் தென்றல் காற்று....
வெள்ளையும் நீலமும் கலந்து
உடை அணிந்த மேகக்கூட்டங்கள்....
பச்சை வர்ணம் பூசிய வயல்வெளிகள்...
கலர்கலராய் தாவணி அணிந்த பட்டாம்பூச்சிகள்...
குலை தள்ளிய வாழை மரங்கள்...
தாத்தாவின் வியர்வையை குடித்து
இளநீரை தரும் தென்னை...
அடிக்கும் காற்று மூங்கில் மேல் பட்டு
வரும் புல்லாங்குழல் இசை..
நீரால் இசைப்பாடும் ஆற்றங்கரை அந்த
இசைக்கேட்டு
துள்ளி விளையாடும் மீன்கள்...
நண்பர்களுடன் சேர்ந்து கிணற்று குளியலும்
கூட்டாஞ்சோறும் சின்ன சைக்கிள் பயணமும்...
அன்புக்கலந்து ருசி கொண்ட பாட்டியின் சமையல்...
இரவுநேரங்களில் நிலா சோறு...
கோடி சுகம் தரும் மரத்தடி தூக்கம்...
தோழிகளுடன் கண்ணாமூச்சியும் விடிய விடிய
அரட்டையும்...
என இயற்கையோடு வாழும் நம் வாழ்க்கை
வர்ணிக்க முடியாத சொர்க்கம்....

சிந்து குமார்

ஒரு மரத்தின் தொடர்கதை

காலங்கள் மாறலாம், காதலர்கள் மாறலாம்,

என் காதல் மாறாது!

காதலனை பிரிந்த, காதலி ஆனேன்,

இசை பாடிய, இலைகளை இழந்து!!! (மழைகாலம்)

மணம் இவன் கொடுக்க,

என் மனம் இழக்கிறேன், இவன் அருகிலே,

நான் அழகாகிறேன்!!! (இளவேனிற்காலம்)

கோடை வரவே, பலருக்கும் நிழற்குடை ஆனேன்,

என்னைப் பற்றிய புரிதலை,

எனக்கே தந்தான்!!! (கோடை காலம்)

இளமையை இழந்து,

காய்ந்து கருகிய பின்னும், காற்று மட்டும்,

காதல் பாடுது!!! (இலையுதிர் காலம்)

இதயத்தை பறிகொடுத்து காலங்கள் கடந்தும்

இவர்களோடு, புத்துணர்ச்சி பொங்க,

தினமும் புதுப்பயணம் என்றென்றும் எனக்கு.

Sathakshi S

கடலையாய் இவன்! கரையாய் அவள்!

கதிரவன் சுட்டாலும்... நிலவு காய்ந்தாலும்...
நாம் பொருட்டாக எண்ணப்போவதில்லையடி...
ஆயிரம் ஆயிரம் ஆண்டுகளாய் அணைப்பதும்
முத்தங்கள் பரிமாறிக் கொள்வதுமாய் ஆனதடி....
நீ செய்த பிழையா...? நான் செய்த பிழையா?
அருகருகே இருந்தும் சேர முடியா சாபமடி...!
நீ எனக்கு தரும் பரிசுகளையெல்லாம்
மனிதத்திற்கு அளித்து விட்டு....
அவனிடம் வேண்டுதல் வைக்கிறேன்...
உன்னிடம் சேர்க்க சொல்லி....
இருப்பினும் எனக்கு உன் காதல் ஒன்றே போதுமடி....
சேர முடியாதெனினும் வையகம் போற்றும்
காதலாய் வாழ்ந்துவிடுவோமடி...
கடலலையாக இவன்
கரை என்னும் அவள் மேல் கொண்ட காதல்

சரண்யா தேவி குமரவேல்

கடற்கரை காதல்

கடற்கரை காதல்...!! கடற்கரை செல்வோமே...!
காதலையும் பெறுவோமே...!
அந்தக் காதலோடு சிலகாலம்...!
அலைகளுடன் வாழ்வோமே...!
கடல் அலைகளின் அன்பையும்,
காதலையும் பெற்றிட வேண்டும்...!
நம் மனதை அதனிடம் பரிக்கொடுத்திடுவோமே...!
கடற்கரை நம் அனைவருக்கும் நெடுந்தூரமே...!
ஆனாலும், அது நம் மனதில் மிக அருகாமையிலே
நீங்காத இடம் பிடித்து வாழ்ந்து
கொண்டிருக்கின்றதே...!
கடற்கரையில் உங்கள் கால்தடங்களை
பதித்துள்ளீர்களா...?
ஒருமுறையேனும் பதித்துப் பாருங்கள்.....
அலைகள் நம்மைத் தொட்டுச் செல்லும்
நிகழ்வுகளோ...!
ஒரு தாய் தன் பிஞ்சுக் குழந்தையின் கால்
பாதங்களை
ஒவ்வொரு முறையும் முத்தமிடும்போதும்.....
அந்தக் குழந்தையின்மீது அவளுக்கு ஏற்படும்
அன்பும், காதலும்....உலகில் வேறு
யாருக்கும் கிடைக்காத ஒன்றுதானே...!
அதுப்போலதான், கடல் அலைகளுடன்
நீங்களும் உணர்வீர்கள்...!!

சல்வா பர்வீன்

கரையோர கரும்பாறை

முடியாத கடற்கரையின் வாசலில்

தெரிந்தோ தெரியாமலோ குடியிருக்கும்

கரும்பாறை நான்!

நிமிடத்திற்கு ஒரு முறையாவது

தன்னை தொட்டு வீழ்த்தியதில்

தனக்கும் காதல் வந்ததை சொல்லாமலே

அனுபவிக்கும் இன்பவதை பெற்றோனில்லை...

உபாயமின்றி உணர்வுகளை

உலுக்கி உரசினாய்

உடலை மட்டுமின்றி

உயிரையும் சுற்றி சுழற்றினாய்

உன் உப்புக்கரிசலில் உறைந்து கிடக்கிறேன்...

அடுத்த அலையே! அன்பு காதலியே!

மறுபடியும் வீழ்த்திவிட்டு

வென்றுபோ பரவாயில்லை...

ஸ்ருதி கல்யாணகுமார்

கல்லொன்றின் காவியம்

வருகைக்காக காத்திருந்தேன் வான் நோக்கி,
வருடமெல்லாம் நீ வருடிச் சென்றதொரு
வன்புணர்ச்சி,
வற்றாத இன்பம் அளித்தொரு நெகிழ்ச்சி,
நீ உற்ற பொழுதினில்
என்னற்ற கவிக்கு வேந்தனாயினன்,
நீயற்ற பொழுதினில் நிராசை கொண்டு
நிந்திக்கலானேன் ஏனோ!!
சொல்லப்படாத சொற்களினால்
நின் மீது சொப்பனம் கொண்டேன்,
எண்ணப்படாத எழுத்துக்களால் ஏக்கம் கொண்டேன்,
பித்தனாகி பிதற்றலாயினேன் பிறைநிலவை தேடி,
கர்வம் கொண்டேன் கல்லாயினேன்,
யாமும் கர்வம் நீங்கி கண்ணீர் சிந்த
உனது வருகையே வரமாகும்!!
தேகம் யாவும் தேடலானது
தேவதை அவள் தீண்டலுக்கு,
பொழியுமொரு தேன்மழை
பொன்னான வைரமாய் பூவுலகில்,
பரவசம் கொண்டு பாய்ந்தோடுவாய்
எனது தேகம் தீண்டலுடன் தித்திக்க!!..

SAKTHIVEL M

கவிதைகளை அசைபோடுது

காதல் செய்வதை பார்த்தாயா?

ஞாயிறு வரும் வரை காத்திருக்கும் நிலவும்,

மேகம் நிறையும் வரை பொருத்திருக்கும் நிலமும்,

கடல் சேரும் வரை தனித்திருக்கும் நதியும்,

வேர் சேர்க்கும் நீரென உயிர் தேக்கும் மரமும்,

காதல் செய்வதை பார்த்தாயா ?

முத்தமிட இதழ்கள் இல்லாவிடில் என்ன

வேறு வழியா இல்லையென

பின்னி பிணைந்த வேரும்

உரசி உறவாடும் கிளையும்

தீரா முத்தமிட்டு தீரா மோகத்துடன்

தித்தித்து காதல் கவிதைகளை

அசைபோடுது அழகழகாய,

இயற்கையும் காதலும்

ஒரு கருவின் ரெட்டைப்பிறவி,

தன்னை தானே காதல் செய்யும் கவிதை துறவி...

ஞாழல்

காடுகள்

உயிர்வளியை தந்து உயரம் வளர்ந்த மரங்கள்,
விழிகளிலும் வீழ்ந்து பாய்ந்து ஓடும் அருவி,
மண்ணின் அருமையை உணர்ந்து
இருக்கி பிடிக்கும் வேர்கள்,
உதிர்ந்த இலைகள் அசைகையிலே இசை தூவும்
காற்றில்,
ஒளிந்து வாழ்ந்தாலும் ஓயாது உழைக்கும் எறும்பு
கூட்டம்,
வனத்தின் எழிலில் வழி தெரிந்தும்
தொலைந்துவிட்டேன் !
தொழில்நுட்பத்தை புறக்கணித்து
இயற்கையோடு வாழப்போகிறேன்..
தனி தனி பாணியில் இசை மீட்டும் புச்சிகள்,
கிளையின் இடுக்குகளில் முகம் காட்டி
பின்தொடரும் வெண்ணிலா,
உறைவிடமாகி உயிர்களைக் காக்கின்ற தாய்,
காடு, பச்சை வண்ணப் புடவை போர்த்தியக்
காரிகை...
மௌனத்தை உடைத்து
தனிமையை தாக்கிய விலங்குகளின் கூச்சல்,
நெடுந்தூரம் பயணித்தப் பறவை தன்னம்பிக்கையை
விதைத்தது ... இயற்கையை இரசிக்கையில்
ரசனை எனும் தேன் உணர்வுகளில் ஊறுகிறது...
உயிர் உருகி, உறையாத நினைவுகளோடு
விடைபெற்று கொள்கிறேன்!

Dhayaalini Gunasaigaran

காதல் தானம்

மங்காத சூரியன் மறைந்திருந்த மர்மம்,

செடியை உரசினால் மழைத்துளி வீழா அவலம்,

காற்று நகரா ஒரே இடத்தில் நின்ற அதிர்ச்சி!..

ஏன் என்று நினைக்காது, நிகழ்ந்ததை ரசிப்போம்!..

இதயம் இணைத்த அழகான கார்காலம் அது!..

இங்கும் அங்கும் இரைத் தேடி அலைந்ததாம் காகம்!..

சாக்கடை அருகினில் உணவுப் பார்த்து சென்றதாம்!..

அங்கு குருதி உண்டு குற்றம் கண்டு திரிந்துச்சாம்

கொசு!..

அழகு நடனத்தாலும் சத்தத்தாலும்

காதலிலே விழுந்துச்சாம் காகம்!..

காதல் கூறின் மறுத்தாலும் மந்தமாச்சாம் கொசு!..

காதலின் இரம்மியத்தால்

சிறு நாட்களிலே இணைந்துச்சாம்!..

இனம் வேறெனினும் காதல் கடந்துச்சாம்!..

காதல் கலக்கத்தால் உயிர்க்கொள்ள மறந்துச்சாம்!..

இந்நிகழ்வை ருசிப்பார்த்தே மற்றவை வியந்துச்சாம்!..

ABITHA S

காற்றுக்கும் காதல் வரும்

முகங்களில் முத்தங்கள்,

மூச்சில் யுத்தங்கள்:

பனித்துளிகள் வாழ்த்த,

ஈரம் பரவ ஊடுருவும்

ஒரு முகமறியா காதலன்;

மரங்களை தடவி,

இன்ப சேட்டைகள் செய்து,

இதழ்களை வருடி வலம்வரும்

இயற்கையின் சேவகன்;

மேகங்களில் உறங்கி,

மலர்களில் விழிக்கும்

உடலற்ற அழகன்;

ஒவ்வொரு உயிர்களுக்கும்

உணர்வு தரும்,

எங்கள் காற்றுக்கும் காதல் வரும்!

V.Heymonth Kumar

சிற்பி யார்?

அந்த அகண்ட கடலின் மேலே

பஞ்சுமிட்டாய்களை உதிர்த்தது யார்?

அழகாய் கூடு கட்டும் தூக்கணாங்குருவிக்கு

பொறியியல் கற்றுத் தந்தது யார்?

இனிமையான கருங்குயிலுக்கு

பாடல் போதித்தவர் யார்?

பறந்து விரிந்த அந்த நீல நீலப்பறப்பில்

உப்பினை தவறுதலாக அதிகமாக கொட்டியவர் யார்?

அதில் இருந்து உருவெடுக்கும் மழை துளிகளில்

சர்க்கரையை கலந்தது யார்?

வரிசையாக எறும்புகளை

அணிவகுத்து நடக்க சொன்னது யார்?

கல் போல் நிற்கும் மரத்திற்கு

நடனம் கற்றுத் தந்தது யார்?

பட்டாம்பூச்சியின் இறக்கையில்

வண்ணங்கள் பூசியது யார்?

பூக்கள் எல்லாம் காயாக மாறுவதை கண்டவர் யார்?

இவை அனைத்திற்கும் காரணம்

இறைவனா இல்லை இறைவனால்

படைக்கப்பட்ட இயற்கையா?

Kaarthikvel V.S

தாமரையும் தத்துவமும்

ஆயிரத்தெட்டு இதழ்கள் கொண்ட தாமரையே
நீ ஆகாயத்தை நோக்கும் காரணம் என்னவோ?
காரணமும் காரியமுமாய் விளங்கும் ஆகாயத்தை
காணக் காரணம் தான் தேவையோ.....
ஐம்பூதங்களோடும் ஒன்றாய் வாழும் தாமரையே
நீ உலகுக்கு உணர்த்தும் செய்தி என்னவோ?
வளர்ப்பதும் அணைப்பதும் ஐம்பூதங்களே என்று
உணரா உயிர்களுக்கு உணர்த்த
உள்ளம் கொண்டோமே.....
கல்விக்கு அதிபதியான
கலைவாணி உன்னை பீடமாய்,
ஏற்றதற்கு கருவூலம் என்னவோ?
மலர்வித்தலே கல்வியாகும் அதை,
அறிவிக்கவே அன்னை இடம் தந்தருளினாலே....
உயர்வுக்கும் அழகுக்கும் உன்னை சான்றுக்காட்டி,
சான்றோர் பெருமக்கள் போற்றும்
பெருமை என்னவோ?

இரா. புவியரசன்

தாரகையின் தலைவன்

சலசலத்தாயடி, உன் ஓசை கேட்டு
விழித்துக்கொண்டேன்...
பிறகு புதிர் போட்டாயடி ஏக்கம் கொண்டு
உன் வருகையை எதிர்பார்க்க...
அழகியாத் தாரகை அடடா!!
ஆயிரம் கண்கள் போதாதடி உன் அழகை வர்ணிக்க...
உன்னை அள்ளி ஏந்திக்கொள்ளத்தான்
அந்த பிரம்மன் என்னை மரமாய் படைத்தானோ...
உன் முத்துத்துளிகள் ஒவ்வொன்றும்
என்னை வேர்விட்டு தழைக்கச் செய்ததடி...
எந்தன் கிளைகளை நீட்டி அழகே
உன்னை அணைத்துக்கொண்டேன்...
கிளையின் இலைகளிலெல்லாம் அழகே
உன் அழகிய ஆடல் கண்டு
வறண்ட என் மேனி பூத்துக் குலுங்குதடி...
மற்றவருக்கு நீ புயலடி ஆனால்
எனக்கோ நீ நீராட்டம் ஆடும் மயிலடி...
மாமழையே நித்தம் உன் வருகையை
எதிர்நோக்கி காத்திருக்கிறேன் என்றும் என்றென்றும்
உன் அழகியக் காதலனாய்...
இப்படிக்கு தாரகையின் தலைவனாய் ஆனா
உன்னால் உருக்கொண்ட நித்தம் உன்னை
ரசிப்பவனாய் இருக்கின்ற 'மரம்'...

தரங்கிணி முருகன்

தூவல் வழி ரசனை

நான் எத்தனையோ அழகிகளை கவிஞன்
வழி வர்ணித்துள்ளேன்.. கயல் போன்ற
கண்ணாள், இடையின மேனியாள்,
தூரிகை கூந்தல் என்று கோடி கணக்காக.....
இவையாவும் உன்னில் பிறந்தவை என்பதை மறந்து
கொட்டிவிடும் அருவியை நான் தீட்டையில்
என் மையும் உருகி கசிந்தது......
ஓங்கி நெடுந்த உங்களின் உயரத்தை வரைகையில்
நீண்டு பெருமூச்செரிந்து ஆசுவாச படுகிறது என்
ஆத்மா.......
சூடிவிட்டு சென்ற மலரினங்களை எழுதும் போது
என்னையும் மறந்து ஒரு நொடி நின்றேன்
எழுத்திலுமா அதன் மணம் வீசும் என்று......
சிரித்து அசையும் காடுகளை கண்டு
இந்த கொடுபினையயற்று பிறந்தேனே என்று
ஏக்கம் பூண்டு தாபம் கொண்டேன்......
சுதந்திர காற்றை சுவாசிக்கும் பறவையினம் கண்டு
வாழ்வே ஊஞ்சலான இந்த கூட்டத்தில் எத்தனை
இன்பம்
என்று பொறாமையும் கொண்டேன்.......
கதிரவனை தீட்டும் போது மட்டும் அவ்வளவு
மரியாதை.....
என்றாவது ஒருநாள் கூட விடுப்பு எடுக்காமல்
பணி செய்யும் தலைவனை எந்த
வாழ்வினகளுக்கு தான் பிடிக்காது.....
தாப தீயை எழுத்து வழி ரசனை வழி தீர்த்த தூவல்
விடு தூது.......

தமிழ் காதலி மாளவிகா ராசேந்திரன்

நானும் சாலையும்

காளான் கோபுரத்து உச்சியிலே

கதைகள் பேசும் பனித்துளிகள்

சொல்ல சொல்ல தீராது - என்

சோகம் போகும் தருணங்கள்

சூதுவாது தெரியாது மண்ணிற்

புதைந்த மண்புழுக்கள் - அங்கே

வீட்டை மறந்து போய் வரலாம்

சொர்க்கத்திற்கு பயணச்சீட்டு வேண்டாமே

தேன் திருடும் வண்டுகள் - ஆஹா

காலையிலே போர்க்களம் தான் கண்டு

சிரித்து முடிக்கும் முன்னே காலைக்

கடக்கும் சாலைக்காவிரி -

அலம்பிவிட்டு வழிவிடுவேன் அப்படியே

முறைத்திடும் சொர்க்கம் கூட

தேவையில்லை - நீ என்னோடு

சாலைப்பயணம் போகலாம் வா!!

எம்.எஸ்.முகேஷ் கபிலன் (எம்.கே)

நிலங்களின் அரங்கேற்றம்

குளிர்கால நள்ளிரவில் யாமபதி எழ

மலையும் பொருப்பும்

புணர குறிஞ்சி எழுந்ததோ!

மழைக்கால அந்தியில் பகலவன் மறைய

காடும் சுற்றமும் பொறுத்திருக்க

முல்லை முளைத்ததோ!

முன்பனிக்கால வைகறையில் எல்லவன்

எத்தனிக்க வயலும் நிலமும் ஊடலிட

மருதம் மலர்ந்ததோ!

கார் பின்பனிக்கால இளவெயிலில்

பகலவன் இளைப்பாற

கடலும் கரையும் ஒலித்தலில்

நெய்தல் தோன்றியதோ!

வேனிற்கால நண்பகலில் ஆதவன்

ஆதியாய் உலவ

மணலும் நீரும் பிரிய பாலை படர்ந்ததோ!

தமிழனின் இயற்கை நி(ல)(லை)ப்பரப்பு!!

ஆ.சிவரஞ்சனி ரமேஷ்

நீரின்றி வேரில்லை

கருவில் சிசுவோடு கலந்திருப்பாய் நீ!

இறுச் சடங்கில் சாம்பலை ஏற்க மலர்ந்திருப்பாய் நீ!

கோபத்தால் செவ்வுதட்டின் வழி வெளிவருவாய் நீ!

அளவில்லா ஆனந்தத்தில் இமையின் வழி வடிவாய்
நீ!

குளிர்காலத்தில் மூக்கிலே வலிவாய் நீ!

கோடையில் உடல் முழுதும் உரைவாய் நீ!

விவசாயி கண்ணிலும் மலர்வாய் நீ!

கார்முகில் விண்ணிலும் துளிர்வாய் நீ!

நிற்காமல் சுற்றி சுழன்றாலும்

உன்னால் தான் ஆனாது இந்த நீல உலகம்!

அதிகாலைப் பெரும்பொழுதில் பூவிற்கு முன்பே

பூத்திருக்கிறாய் நீ மெட்டின் மீது!

பூம்பிஞ்சுக்கோ மாதாவிடம் பாலாகிறாய் நீ!

நின்னை நினைக்கையிலே

கண்ணோரம் கரைந்தோடுகிறாய் நீ!

எங்கும் இருக்கிறாய் நீ! எதிலும் இருக்கிறாய் நீ!

நீ(ர்)யின்றி வேரில்லை இவ்வுலகில்!

கவிஞர் சு. கந்தவேல்

பனித்துளியோடு சிலமணித்துளிகள்.....

கண்களை கட்டி காலடி வைக்கும் வேளையில்

சிறு புல்லின் நுனியில் சிந்திய பனித்துளியோடு..

வீசும் தென்றல் வருடும் ஈரத்தில்

தலை வெட்கிய நெல்மணி ஓரத்தில்...

புன்னகை பூத்திருக்கும் பனித்துளியே...

உன் பிறப்பிடம் நானும் அறியேனே...

கோடைக்காற்றுக்கு நீ எதிரியா?

வாடைக்காற்று உன் நண்பனா?

இமைமூடும் பொழுதுகளில் இருக்கின்றாய்...

இருள்வேளை போகும் போது மறைகின்றாய்...

நீ வரும் பாதையை நான் அறியேனே...

தென்றல் வீசும் பொழுதுகளில்

என் தனிமை மொழியோடு உறவாடிய

உன்னிடம் இருந்து நான் களவாடிய பொழுதுகள்

பரிதி வரும் போது நீ மறைவதை போல்

உன் பார்வையோடு கரைகிறது என் தனிமை!!!

சி. கார்த்திக்

பாலைவனம் எனும் நான்

அழகான மலர்களும் பசுமையான மரங்களும்
இயற்கை எழில் கொஞ்சும் வளங்களும்
நிறைந்த பரந்த இவ்வுலகில் நான்..
மழைநேர மண்வாசனை நுகராதவள்
கருமேகங்களைக் கண்டு ரசிக்காதவள்
வனவிலங்குகளின் பாசத்தை உணராதவள்
பசுமையின் ஸ்பரிசத்தைப் பற்றாதவள்
மலர்களின் மென்மையை அறியாதவள்
வண்டுகளின் காதல் மொழி கேட்காதவள்
பறவைகளின் இசை கீதம் தெரியாதவள்
மானுடர்களின் மகிழ்ச்சியைக் காணாதவள்
வானுயர் மலைகளைத் தாங்காதவள்
உணவுகளின் உற்பத்தியை நல்காதவள்
தென்றலின் தீண்டுதலை அடையாதவள்
இருப்பினும் இந்த உலகின் அங்கமாவேன் நான்..
இயற்கையின் சமபாதி ஆவேன் நான்..
சுட்டெரிக்கும் வெய்யோனை என்னுள் தாங்கி
கடல் நீரன்றி கானல் நீரைக் கண்டு வாழ்ந்தாலும்
பெருமிதம் கொள்கிறேன்..காரணம் இதுவே
நான்.. இவையே என் தனிச்சிறப்பு..

வினோதா   மோகன்

புல்வெளியில் பூத்த காதல்

என் உயிரே!! காத்திருக்கிறேன் உனக்காக

என் உணர்வே வாழ்வேன் உன்னாலே

என் உயிர் காக்கும் புற்களாகிய நீங்கள்...

மனிதர்களின் கண்களிலும்

மனதிலும் பசுமையானவன்...

அவர்களின் பசி தீர்க்கும் மா ஆகிய நான்

மனதின் ஏக்கத்தோடு உன்னை காண வரும்

என்னை நீ உயிராய் காத்து

என்னையறிந்து என் பசி தீர்க்கும்

என் அன்பின் உயிர் காதலனே....

அனைவரின் மனதையும் கால்களையும்

உற்சாகத்தோடு உன் பின்னே

ஓடச் செய்யும் மாயம் என்ன என் காதலனே?

கண்களுக்கு விருந்தாய் திகழ்பவனும் நீயே!!

மனதிற்கு மருந்தாய் திகழ்பவனும் நீயே!!!

M.Harshini

பூக்களின் சுவாசம்

நான் கவி ஆனேன்! உம் அழகை வர்ணித்து...!
உன்னில் நான் தேன் துளி ஆனேன்!
பல வண்டுகலும் பசி ஆற....!
சில நேரம் பனி துளியும் ஆனேன்!
உன் அழகையும் அலங்கரித்து.....!
பல நேரம் என் வாழ்வில் விதிகள் விளையாடினாலும்!
உன் அழகையும் ரசித்து அந்த விதிகளையும்
வென்றேன்...!
பல நேரம் என் தனிமைக்கோர் துணையாய்
நீ என் வாழ்வில் வந்தாய் பூவாய்...!
இன்னும் சில நேரம் உன்னை என் கூந்தலில் சூடியே,
என்னை நானே ரசித்து பார்த்தேன்...!
எனது தோட்டத்து பூவாய்!
உன்னை என்னவனுக்கு பரிசளித்தேன்...!
உன் இதழ்கள் வாடாமலும்!
நான் பனி துளியாய் மூடி இருப்பேன் அந்த
பகலிலும்...!
உனது வேர்களும் பட்டு போகாமலும்!
நான் சிறு மழை துளியாய்
தங்கி இருப்பேன் உனது வேர்களிலே....!
காற்றோடும் உன் சுவாசம்
என் மூச்சு காற்றோடும் கலந்திருக்க!
உன்னை எந்தன் வீட்டு தோட்டத்து பூவாகவும்
வளர்த்து காத்து கொள்வேன்....!

எம்.   சபீனா பஹாஉருதீன்

பேரன்பின் மீட்சி

கால் மிதித்து சிதைந்த கடற்கரை
மணல் கோபுரங்களை,
அலைகள் தழுவிக் கொண்டிருக்கிறது;
நேற்று குண்டு போட்டு தகர்க்கப்பட்ட
பள்ளிக்கூடங்களில், இன்று எறும்புகள்
ஊர்வலம் நடத்தி கொண்டிருக்கிறது;
யாருமே கண்டுகொள்ளாத இறந்தவனின்
கல்லறை மீது, பூசணிக் கொடிகள் படர்ந்திருக்கிறது;
அகால வெளியில் தனித்தனியாக
வளர்ந்த இரண்டு மரங்களை,
சிலந்தி ஒன்று வலை பின்னி
இணைத்துக் கொண்டிருக்கிறது;
தாயை இழந்து தனித்து விடப்பட்ட
பூனைக்குட்டியானது, நாயின்
முலைப்பால் குடித்துக் கொண்டிருக்கிறது;
மரத்திலிருந்து விழுந்த பழுத்த இலையை
அமைதிப்படுத்த,
அடிக்கடி காற்று வீசி தூளியாட்டுகிறது;
இப்படித்தான் வையத்தில் சிதைக்கப்பட்ட,
தனித்துவிடப்பட்ட அனைத்தையும் அன்புசெய்து
அரவணைத்துக்கொள்கிறது இயற்கை...

இ.நிவேதா

பௌர்ணமி நிலவு

நான் வந்த நாள் பார்த்து
வெட்கத்தில் கதவின்பின் மறையாதே!
குளிர் தேகக்காரியே உன் சுடர்
முகத்தை வெளியில் கொண்டுவாடி!
நானில்லா நேரத்தில் என்னை எண்ணி
வாடிய முகத்தை கழுவிடு!
என்னை நீங்காத துணைவியே
எனக்கு உன் ஒளிமுகத்தை காட்டிடு!
இன்னுமொரு 15 நாட்கள்
உன் வசம் அடைப்பட்டு கிடப்பேனடி!
மிதிவண்டியின் சக்கரம் போல் இருவரும்
இரவில் ஒன்றாக சுற்றித்திரியலாமா?
கருமேகத்தில் நீ மறைந்து
இனிய இரவை இம்சை செய்யாதே!
ஒளி முகக்காரியே உறக்கம் கலைந்து
உள்ளம் நெகிழச் செய்!
வீண் வெட்கம் வேண்டாம்
இந்த இரவை கொண்டாட வெளியில்வாடி!

வெ.நந்தகிருஷ்ணா

மண்ணில் உரமாகும் மரம்

மன்றாடும் உலகையே நின்றாள வைத்திட...!

மண்ணான சகதியை மனமாறு ஏற்றிட...!

கொன்றாடும் உலகையே கொண்டாட வைத்திட...!

கூத்தாடும் உணர்வையோ கொள்ளியாய் எரித்திட...!

குழல் ஊதும் மழலையைக் குதூகலிப்பாக்கிட...!

வெறுக்காத என்னையே வெட்டி நீ ஏற்றிட...!

வெறுமையே கொண்டாலும்

வீடுபேறு அளித்திடுவேன் மனிதனே...!

கொலை செய்யும் கொல்லிகளை கொட்டினாலும்...!

களை அழிக்கும் உரங்களை ஊற்றினாலும்...!

காற்றென்றே பாராமல் கார்பனை கக்கினாலும்...!

உன் சுவாசத்தை நான் காப்பேன்...!

உன் வெக்கையை நான் தணிப்பேன் நிழலுருவாக...!

உன் தேவையை உனதாக்குவேன்

உலகத்தை பேணிக்காப்பேன்...!

இப்படிக்கு மண்ணில் வீழ்ந்தாலும் உரமாகும் மரம்.

ஜெயஸ்ரீ பொன்னுச்சாமி

மண்ணின் மைந்தன்

களர் நிலங்களில் உயிர் வாழ்பவனே
குடியானவனின் நண்பனே!
குப்பையிலிட்டாலும் குப்பையை கூட
எருவாக மாற்ற கூடியவனே!
சிவப்பு ஊர்ந்தி என்னும் முள்ளந்தண்டி
வளைத் தசைப் புழுக்களே!
திடக்கழிவு மேலாண்மையின் அரசனே
பூமியின் குடலெனப் படுபவனே!
தழை மணி சாம்பல் என முச்சத்தினை
மண்ணிற்கு ஈட்டு பவனே!
தோலின் மூலம் சுவாசம் பெறுபவனே
இருபால் உயிரினை உடையவனே!
இருவருடங்களே உயிர் கொண்டவனே
துண்டுண்டாலும் உயிர் பிப்பவனே!
ஸ்பரிசம் மூலம் உணர்ச்சி பெருபவனே
இயற்கைக்கு உரமூட்டியவனே!!

ரஞ்சித் ராஜா.ரா

மயில் கொண்ட காதல்

மேகம் கருக்குகிறது மண்ணின் வாசம் வீசுகிறது....

கலாப மயிலோ தன்னவனை காண தவிக்கின்றது...

தென்றலுடன் கூடிய முதல்துளி மழைநீர்

தன்மீது விழுகையிலே மனதில் ஏதோ ஒரு

இனம் புரியாத மகிழ்ச்சி.....

தன் பிறைமதி போன்ற பீலியை விரித்து

ஆடத் தொடங்குகிறது ஆனந்தத்தில்!!!

மழையோ! கோல மயிலின் ஆட்டத்தைக்

காண மத்தளம் முழங்க வானத்தை

பிளந்து கொண்டு ஆரவாரத்துடன் வந்தது...

தன்னவளின் அழகை காண

கண் கோடி வேண்டும்

என்பதற்காக தானோ மழையோ

அருவி போல் கொட்டுகிறது....

ஆடுவது மயிலா மழையா

என கண்டறிய முடியாத ஓர் அரிய காட்சி!!

மின்னலோ இக்காட்சியை

புகைப்படம் எடுத்து விண்ணில் மாட்டுகிறது...

என்னவொரு இயற்கையின் ஈர்ப்பு!!

காயத்ரி சங்கர்

மரத்தின் மீதான காதல்

மெல்லியக் காற்றோசைக்கு

அழகாய் அசைந்தாடும்

உன் நளினத்திற்கு முன்

வஞ்சிக்கொடிப் பாவையரும் தோற்றனரே.....

விண்ணை முட்ட வளர்ந்து நிற்கும் உன் வனப்பில் ...

ஆண்டி முதல் அரசன் வரை

வியந்துதான் நிற்கின்றனர்!!!

விதையிட்டு சிறுபிள்ளையைக் காப்பது போல்

தினமும் தண்ணீர்விட்டு வளர்த்து...

அதன் ஒவ்வொரு நிலையிலும் மகிழ்ந்து...

வளர்ந்து நிற்கும் உன் அழகில் காதல் வயமாய்!!

காலைப்பொழுது அழகாய் புலர்வதே

உன் பேரழகைக் கண்டப்பின் தான்....

உன் அசைவைக் கண்டாலே

மகிழ்ச்சிப் பெருக்கெடுக்கும் என்னுள்....

இறைவன் படைப்பில்

பிரமிக்கத்தக்க விந்தையாய் நீ!!

சீ.தில்லைக்கரசி

மழைக்காலம்

நீல வானம் அது நீண்ட வானம்

காற்றால் கருமை கொண்டதே!!

பறக்கும் பறவைகள் கூட்டைத்தேடி பறக்குதே

தென்றல் காற்றின் ஈரம் என் மேனியை உரசி

செல்லுதே

மழைத்துளி மண்ணில் படர

மண்ணும் மணமாய் மாறியதே

மழைக்கு ஒதுங்கும் மக்கள் நடுவே

என் மனமும் மயிலாய் மாறுதே

ஆடி பாடிட மழைமீது நான் கொண்ட காதலால்

பொறாமை கொண்ட இடியும் கொஞ்சம் சப்தம்

போடுதே

மரக்கிளையில் இருக்கும் நீர்த்துளியை

என் விரலும் மெதுவாக தீண்டுதே

துளி துளியாய் கொட்டும் அருவி மழையே

உன் பேரழகை வர்ணிக்க

தமிழ் வார்த்தைகளும் வெட்கப்படுதே

கோபம் கொண்டால் வெள்ளம் ஆகிறாய்

கர்வம் கொண்ட மனிதனை

கொஞ்சம் கெஞ்சவும் வைக்கிறாய்......

Breshma Murugan

மழைமகளின் காதல்

கரையோரம் அவனை முத்தமிட்டு

காதல் தடாகம் பதிக்க நதியாகவும்

அவனின் முக தரிசனத்தை பெற

மீனுக்கு குடைபிடிக்கும் தாமரை இலைகளின்

மீது முத்துக்களாகவும் புனைவேடமிட்டு வந்தவளோ

தன்னிலை மறந்து குருவிகளுக்கு தஞ்சம்

கொடுக்கும் அவனின் அரவணைப்பையும்...

குடைபோல் நிழல் கொடுக்கும் பரிவையும்

பசியாற கனிகொடுக்கும் வள்ளல் தன்மையையும்

மரித்தாலும் விறகாகும் புகழையையும்

தன்னை அழிப்பவனுக்கு உயிர் தரும்

இரக்கத்தையும் கொண்டவளாய் குதுகலிக்க ...

இவனோ இதமான தென்றலாய்

கவிமொழியால் கவியொன்று பாடினான்

காலங்கள் பல தாண்டி காத்திருப்பேன்

மழைமகள் வராது போனாள் மண்மீது உயிர்துறப்பேன்

இதுதான் விண்ணவளின் மழைமகளுக்கும்

நிலமகளின் மரமகனுக்கும் இடையேயுள்ள

காதல் காவியம் போல....

தமிழினி

மழையும் ஈசலும்

ஆயுள் முழுவதும் வாழ்ந்து விட

வேண்டும் என்று ஆசை தான்...

வருடத்தில் ஒருமுறையாவது உன்னை

காண வேண்டும் என்று ஏக்கம் தான்...

நீ வந்த நொடிப்பொழுது பிறப்பெடுத்து

உன் வருகையை கண்டு வியந்து

கொண்டாடும் விவசாயி போல நானும்

துள்ளிக் குதிக்கிறேன் மகிழ்ச்சி வெள்ளத்தில்!!!

உன்னை கண்டபொழுது உன்னிடமே உன்னிடம்

மட்டுமே முழுமையடைகிறேன் முற்றும் பெறுகிறேன்....

ஒருநாளில் போகும் உயிர் போகட்டும்

அது உன்னை பார்த்த பின்பு

மகிழ்ச்சி வெள்ளத்தில் திளைக்கட்டும்....

வருவேன் மீண்டும் தவறாமல் வருவேன்

நீ இம்மண்ணை முத்தமிடும் பொழுதும்

முத்தமிட்ட மண்ணை கட்டி தழுவும் பொழுதும்...

மாய்ந்து போகும் ஈசல் நான்!!!

பிரசன்னா ர

மறக்க முடியுமா.?

அழகர்மலை அடிவாரத்தில்

அன்றொரு நாள்

ஊஞ்சலாடிக்களித்த ஆலமரத்தையும்,

பச்சைப் பட்டாடையை விரித்தது

போலிருந்த நெல்வயலையும்,

வாய்க்கால் வழியோடி

நெல்லுக்கும் புல்லுக்கும்,

வரப்பில் விளையாடித்திரிந்த

வாண்டுகளுக்கும் தாகம் தீர்க்க

அமுதம் பாய்ந்தோடிய ஆற்றங்கரையையும்,

உழுத வயலைத்தேடி

பசி தீர்க்கப் பறந்து வரும்

வெண்நாரைக் கூட்டத்தையும்

அவ்வளவு எளிதாக மறந்துவிடுவதில்லை...

பிழைப்பு தேடி அயல்தேசம் போன பின்பும்..

மகிழ்

மனமெங்கும் வனம்

இலையின் உதிரமாய் இலை உதிர் காலம் -

வனம் இரைச்சல் இல்லாத அடைக்கலம் (மக்கள்)

இன்னிசையில் புதுக்களம். (அருவி)

இம்சைகளின் புது வனம். (குரங்கு)

இடையில் நடந்திடும் குதுகலம். (மரங்கள்)

இனிக்கும் பழரசம். (பழங்கள்)

இசையின் புது ரகம். (பறவை)

இணையாத பல மரம்

காற்றில் மலர்ந்திடும் பலரகம். (காதல்)

இவற்றில் இருந்து வசிக்கும் உயிரினும், (விலங்குகள்)

இணைய தெரியாத உயிர்கள் பல இனம். (மனிதன்)

இரசிக்கத் தெரியாத ஒரு மனம்

இரசனை கெட்ட ஓர் புதுயுகம்...

இனி இயற்கையை என் நந்தவனம்....

"இயங்கா நம் மனம்

இனி இயங்கும் என் வனம்

இயற்றியது நம் குணம்"

V.Manikandan

மூன்றில் இரண்டானாயே!

நிறமற்ற அழகே! உருவமற்ற உயர்வே...
நிலவுலகில் மூன்றில் இரண்டானாய்...
மெய்தனில் ஓடும் உதிரமானாய்...
தண்ணீர் குடமாய் அறிமுகமானாய்..!
ஆழிதனில் ஆதி அந்தம் கொண்டாய்...
அருவியாய் எழுந்த அழகோவியமானாய்...
அருந்தும் நீராகி தூய்மையாக்கும் தூயவனானாய்...
அண்டத்து உயிர்களின் உயிர்நாடியானாய்..!
வான்விட்ட வான் மழையானாய்...
வாரி வழங்கும் நதி நீரானாய்...
வளம் சேர்க்கும் வசந்தமானாய்...
விழிகள் சிந்தும் விழி நீருமானாய்..!
உழைத்து சிந்தும் வியர்வைத் துளியானாய்...
உலக உயிர்கள் போற்றும் அற்புதமானாய்...
இயற்கையின் பரிசே.. இணையற்ற நீரே...
நீயின்றி இவ்வுலகம் இயங்காதே...!!

சுபா

ராஜாவின் ரோஜாவே

கன்னியவள் வருகைக்காக காத்திருந்த காளையாக

காதல் பேச ஆவல் கொண்டிருந்தேன்,

இலைகளின் இடுக்கினில் இனியவள் சிறைப்பட

இடைவெளி குறைந்த இச்சையில் திளைத்திருந்தேன்!

மலர்முகம் காண மாமனவன் மயங்கிக்கிடக்க

முகப்பருவாய் முகத்தை மூடிமறைக்க

முனைவதேனோ?

பகலவன் படம்பிடிக்க மைனாக்கள் மெட்டெடுக்க

ஏழையிவன் ஏக்கம் தீர்க்கவே

என்னவள் எழுந்த எழிலென்ன!

ஆசைக்கொண்ட ஆணிவனை அணைத்துவிடு

அன்னையாய் முட்கொண்ட தேகந்தனை

தொலைத்துவிடு முழுமையாய்

முதிர்ந்தாலும் உதிர்ந்தாலும் உனைத்தாங்க

நானிருப்பேன்

தூதுவனாய் தென்றல்வர காற்றில்(காதல்) மொழி

சொல்லடி

மாமனை முத்தமிட்டு கொல்லடி..! (ராஜா(செடி)-

ரோஜா))

காவியா ரவிச்சந்திரன்

வழிவகுக்கும் வானமவள்

வாழ்வின் பிம்பமவள்,

வண்ணங்களை பரப்புபவள்,

வறுமை கோட்டிற்கும்,

வறுமையறியாதவற்கும், வடி மாறாதவள்.

இளமையில் எழும் எண்ணற்ற,

இனமறியா கோபங்கள்-

அவளின் இளஞ்சிவப்பு பரவலை போலாகும்

அதனால்; இன்னல்கள் பல வந்தடையும்

என எடுத்துக்காட்டுகின்றாள்..,

இரவுகளில் கருமையை நிரப்பி

நட்டம் நமக்கே என்று உணர்த்த,

நட்சத்திரங்களால் எச்சரிக்கையிட்டாள்,

நள்ளிரவில் வெண்ணிலவால் குளிரவைத்தாள்.

ஆயிரம் கனவுகள், கவலைகள் இருப்பினும்

அன்னார்ந்து பார்த்தாலே

மனம் சாந்தம் அடையும் அவளிடம்.

காயத்ரி தேவி சேகர்

வார்த்தைகளற்று முற்றுப்புள்ளிடுகிறேன்

அலைகள் மோதிய மணல் மீது,

பாசத்தை பொழியும் அலைகள்,

நுரைகளை விட்டு செல்கிறது,

அனுதினமும் கடலை தாண்டி வந்து...!

இருளாய் மாறும் மேகங்கள்,

இன்பத்தை எங்கும் பரப்புகிறது...!

இதமான மண்வாசம் பிறக்க,

இலைகள் மீது மழைத்துளிகள் விழுகிறது...!

தேடியே அலையும் காற்று,

தேடலிலே வாழ்வை கடக்கிறது...!

போதிய இடம் கிடைத்தும் பறவைகள்,

போராட்டத்திலே தான் வாழ்கிறது...!

உலகமுழுதும் உன் அழகை வர்ணிக்க

வரிகளற்று, வார்த்தைகளற்று,

இத்துடன் முற்றுப்புள்ளியிடுகிறேன்...!

அப்சல் அகமது

வாழ்வின் கைவிரல்

இயற்கை பேசிய மொழிதனில்
அமைதியின் காதலன் நான்!!!
இயற்கை இறைவனின் கை!!!
அக்கையினை பாதுக்காக்க மறந்த
மனிதரிடையில் விளைந்த விதையும் நான்!!!
மனதிலுள்ள பாரம் மேகம்கறையும்
தூரம் பார்க்க பார்க்க குறையும்
என்னில் புதைந்த பாரம்!!!
இரவினில் நிலத்தில் மின்னும்
மின்மினிப்பூச்சி நிலவொளியுடன்
உறவாடும் உணர்வை கண்டக் கண்ணும்
காதல் கொள்ளும் இயற்கையை!!!
உதிரும் இலையுடன் என் இதயமும்
இணைந்தே உதிர்ந்தது!!!
மழைநீர் கப்பல் பயணம் தந்து!!!
உயிரும் புத்துயிர் பெற்றது!!!
மழைநீர் தந்த கண்ணாடியில்
என் முகம் பார்த்தே என் இதயத்தை இழந்தேன்!!!
இழந்த என் இதயத்தை இயற்கையின்
அமைதியில் மீட்டழுந்த மாயம் என்னவோ!!!....

வி.மகாலட்சுமி.

வானின் ஓவியம்

என் வெண்மை நிறக் கதிர்களை

பல வண்ணங்களாக மாற்றிய காதல் தேவதையே!

இந்த பூலோகமே என் விடியலுக்காக காத்திருக்கிறது!

ஆனால் நானோ உன் விடியலுக்காக காத்திருக்கிறேன்!

உன் வருகையை எண்ணி பல திங்கள் வாடுகிறேன்!

நான் உன்னுள் கலக்கும் அந்த நொடியில்

பல வண்ணச் செல்வத்தை எனக்கு தந்தாயே!

நிறமில்லா வெண்மை நிறத்தில் இத்தனை

வண்ணங்களா!

நான் உன் மீது கொண்ட மாறாக் காதலின் ஆதாரமோ

இயற்கை தீட்டிய அழகிய ஓவியமோ!

நீ ஏழு வண்ணங்களின் அணிவகுப்போ!

இந்த வர்ணத்தால் ஆன வர்ணஜால காவியமே

வானவில்!

ஜெ.பிரியதர்ஷினி

வையத்தின் திருமண விழா

எட்டாத தொலைவில் இருந்து
காதல் கொண்ட விண்ணும் மண்ணும்,
வானத்தின் சீரான தொடர்பின்றி
நிலமோ வறண்டு காண, நிலத்தின்
வறட்சி கண்டு வாடி தவித்த வானமும்,
மேகத்தின் வழி தூது விட்டது மழையாக,
வானமிட்ட தூது என்றறிந்து
அதனை சேமித்து வைத்த நிலமும்,
குளிர்ச்சி பெற்று புத்துணர்வுடன்
துளிர் விட்டு மகிழ செய்கிறது,
இடியின் மேள தாளமும் மின்னலின் ஒலியும் இணங்க,
வையத்து வீட்டின் திருமணமாய்
கோலாகலம் கொள்கிறது,
பூத்து குலுங்கும் பூக்களும்;
செழித்து வளர்ந்த நெல்மணிகளும்;
காய்த்து தொங்கிய காய்கனிகளும்,
சீர்வரிசை பெற்று, உணவின்றி துவண்ட
உயிர்வாழ் மக்களுக்கு கல்யாண விருந்திட்டு,
பசிப்பிணி போக்கி உயிர் பிழைத்தோரின் மனதால்,
பல்லாண்டு பல்லாண்டு பலகோடி நூறாண்டு வாழ்க....
என்னும் நல்வாழ்த்தை பெற்று மகிழும்
தம்பதியானீரே.

நா. கார்த்திக் ராஜா

74